Jóga með jólasveininum

Marcy Schaaf

Icelandic / English Bilingual

Table of Content

Lengri inngangur (Icelandic Introduction)

Kæru börn, jólin eru sérstakur tími ársins þegar ljósin skína bjartar, snjórinn fellur mjúkur og hjörtun fyllast af von og hlýju. Í þessari bók ætlum við að hitta jólasveininn sjálfan. En í þetta sinn er hann ekki bara að undirbúa gjafir – hann er líka að stunda jóga! Jóga hjálpar honum að verða sterkur, sveigjanlegur og glaður, svo hann geti glaðst með öllum börnum heimsins á aðfangadagskvöld. Kannski getið þið fylgst með og prófað nokkrar æfingar með honum. Þannig getið þið fundið jólamagnið í líkamanum, ró í huganum og gleði í hjartanu. Við skulum byrja ævintýrið saman. Gleðileg jól og góða jógaferðalag!

Next, Santa bent down, touching his toes like a candy cane.

Næst beygði jólasveinninn sig niður og snerti tærnar á sér eins og sælgætisstöng.

Prancer lifted his arms, pretending to fly like his sleigh in the night sky.

Prancer lyfti höndunum og þóttist fljúga eins og sleði hans um næturhimninn.

"I feel great!" Santa said.
"I'm ready to take on Christmas Eve!"

„Mér líður frábærlega!“ sagði jólasveinninn.
"Ég er tilbúin/n að takast á við aðfangadagskvöld!"

But then, Santa tried the downward reindeer pose and tumbled over!

En þá reyndi jólasveinninn að taka hreindýr niður á við og datt um koll!

"Oops!" Santa chuckled, "Guess I need more practice with that one!"

„Úbbs!“ kímdi jólasveinninn, „Ég þarf greinilega meiri æfingu með þetta!“

"Yoga makes me feel calm and strong, just what I need tonight."

„Jóga veitir mér ró og styrk, einmitt það sem ég þarf í kvöld.“

Santa then hopped into his sleigh, feeling energized and flexible.

Jólasveinninn hoppaði þá upp í
sleða sinn, orkumikill og liðugur.

The reindeer galloped through the sky,
pulling Santa and his gifts.

Hreindýrin þeyttust um himininn og drógu jólasveininn og gjafirnar hans í sig.

He crouched down easily to fill stockings
and place gifts under trees.

Hann kraup auðveldlega niður til að
fylla sokkana og setja gjafir undir tré.

Even climbing chimneys seemed easier after his yoga practice!

Jafnvel að klifra upp reykháfa virtist auðveldara eftir jógaæfinguna hans!

"Ho ho ho!" Santa laughed. "Yoga was the perfect idea!"

„Hó hó hó!“ hló jólasveinninn.
„Jóga var fullkomin hugmynd!“

By the time Santa finished, he still had plenty of energy to spare.

Þegar jólasveinninn var búinn hafði hann enn næga orku aflögu.

He returned to the North Pole and stretched one more time.

Hann sneri aftur til Norðurpólsins
og teygði sig einu sinni enn.

"I'm glad I tried yoga," Santa said. "It made Christmas even merrier!"

„Ég er ánægður að hafa prófað jóga,“ sagði jólasveinninn. „Það gerði jólin enn gleðilegri!“

"Next year, I'll teach the reindeer and elves yoga too!" Santa declared.

„Næsta ár mun ég líka kenna hreindýrunum og álfunum jóga!“ lýsti jólasveinninn yfir.

Rudolf smiled, "A healthy Santa makes for a happy Christmas!"

Rúdolf brosti, „Heilbrigður jólasveinn gerir jólin gleðileg!“

And from then on, Santa practiced yoga every holiday season!

Og frá þeim tíma iðkaði jólasveinninn jóga á hverjum hátíðartíma!

Activity Guide for Yoga with Santa

This guide is designed to help children and families enjoy the magic of

"Yoga with Santa"through fun activities that combine storytelling, movement, andcreativity. Get ready to join Santa on his yoga journey with these engaging, holiday-themed exercises!

EXTRA BONUS

1. **Holiday Yoga Poses**

After reading, try the yoga poses featured in the book! Each pose represents a holiday theme, making it easy for kids to visualize and imitate Santa's movements.

- **North Star Stretch:** Stand tall, reach arms to the sky, stretching toward the "North Star."

Leiðarvísir fyrir jóga með jólasveininum

Þessi handbók er hönnuð til að hjálpa börnum og fjölskyldum að njóta töfra

„Jóga með jólasveininum" í gegnum skemmtileg verkefni sem sameina sögur, hreyfingu og sköpun. Vertu tilbúinn að taka þátt í jógaferðalagi jólasveinsins með þessum grípandi æfingum í jólaþema!

1. Jógastöður fyrir hátíðirnar Eftir að hafa lesið, prófaðu

jógastöðurnar sem eru kynntar í bókinni!
Hver stelling táknar hátíðarþema, sem gerir það auðvelt fyrir börn að sjá fyrir sér og herma eftir hreyfingum jólasveinsins.

- **Norðurstjarnan teygja: Stattu beint, teygðu hendurnar til himins,** teygir sig í átt að „Norðurstjörnunni".

- **Candy Cane Fold:** Bend forward and reach for your toes, creating a "candy cane" shape with your body.
- **Christmas Tree Balance:** Stand on one leg, arms out like tree branches, trying to balance without tipping.
- **Snowman Pose:** Stand with arms stretched out, then squat to resemble a round snowman.
- **Downward Reindeer Pose:** Start on all fours, then lift your hips to form an upside-down "V," like a reindeer ready to run.

Encourage children to hold each pose for a few breaths, pretending they're on a snowy adventure with Santa.

2. **Yoga Countdown Calendar**

Create a countdown to Christmas with yoga! Make a holiday calendar where each day has a di erent yoga pose to try. Kids can draw or color each pose on a small card and stick it to the calendar. Count down to Christmas by doing a new pose each day, building excitement for Santa's big night!

3. **Holiday Meditation for Kids**

Santa practices breathing and relaxation to stay calm and focused. Teach kids a simple holiday meditation:

- **Snowflake Breaths:** Imagine breathing in cool, fresh air like snowflakes falling softly. Close your eyes, take a deep breath, and feel calm and cozy, just like Santa resting at the North Pole.

- **Sykurstöngarbrot: Beygðu þig fram og náðu í tærnar og búðu til „sykurstöng“ með líkamanum.**
- **Jafnvægi á jólatré: Stattu á öðrum fæti, hendurnar út eins og trjágreinar og reyndu að halda jafnvægi án þess að velta.**
- **Snjókarlsstelling: Stattu með útréttar hendur og krjúptu síðan til að líkjast kringlóttum snjókarl.**
- **Niðurávið hreindýrastelling: Byrjaðu á fjórum fótum og lyftu síðan mjöðmunum til að mynda á hvolfi „V“, eins og hreindýr tilbúið að hlaupa.**

Hvetjið börnin til að halda hverri stellingu í nokkra andardrætti og þykjast vera í snjóþekjuævintýri með jólasveininum.
2. Niðurtalningsdagatal fyrir jóga Búið til niðurtalningu til jóla með jóga! Búið til jóladagatal þar sem hver dagur hefur mismunandi jóga-stellingu til að prófa. Börnin geta teiknað eða litað hverja stellingu á lítinn spjald og límt það á dagatalið. Teljið niður til jóla með því að gera nýja stellingu á hverjum degi, sem vekur spennu fyrir stóra kvöldið hjá jólasveininum!
3. Jólahugleiðsla fyrir börn Jólasveinninn æfir öndun og slökun til að halda ró sinni og einbeitingu. Kenndu börnum einfalda jólahugleiðslu:

- **Snjókornaandardráttur: Ímyndaðu þér að anda að þér köldum, ferskum**
  Loftið eins og snjókorn sem falla mjúklega. Lokaðu augunum, dragðu djúpt andann og finndu fyrir ró og hlýju, rétt eins og jólasveinninn sem hvílir sig á Norðurpólnum.

Encourage kids to use Snowflake Breaths anytime they need a moment to relax or refocus.

4. **Yoga with Santa Coloring Pages**

Create your own coloring pages featuring Santa and the holiday yoga poses. Kids can color Santa as he stretches, balances, and moves, decorating each page with festive colors and patterns. These pages can also be displayed as part of their holiday decorations!

5. **Write a Letter to Santa's Yoga Studio**

Encourage kids to write letters imagining Santa has his own yoga studio at the North Pole! They can ask questions about Santa's favorite poses or even share their favorite poses from the book. Decorate each letter with holiday stickers and drawings, creating a fun keepsake to celebrate Christmas and healthy movement.

6. **Yoga Pose Match Game**

Create flashcards of each yoga pose from the book and write the name of each pose on separate cards. Have kids match each pose with its name or create holiday scenarios for each pose, such as "Stretch like Santa reaching for a gift!" This game can reinforce memory and movement, helping kids remember the poses.

7. **Design Santa's Yoga Mat**

Hvetjið börn til að nota Snjókornaöndun hvenær sem þau þurfa stund til að slaka á eða einbeita sér.

4. Litasíður með jóga og jólasveininum Búið til ykkar eigin litasíður með jólasveininum og jólajógastöðunum. Krakkar geta litað jólasveininn á meðan hann teygir sig, heldur jafnvægi og hreyfir sig og skreytt hverja síðu með hátíðlegum litum og mynstrum. Þessar síður má einnig sýna sem hluta af jólaskreytingunum sínum!

5. Skrifið bréf til jógastúdíósins hjá jólasveininum. Hvetjið börnin til að skrifa bréf þar sem þau ímynda sér að jólasveinninn eigi sinn eigin jógastúdíó á Norðurpólnum! Þau geta spurt spurninga um uppáhalds stellingar jólasveinsins eða jafnvel deilt uppáhalds stellingum sínum úr bókinni. Skreytið hvert bréf með jólalímmiðum og teikningum og búið til skemmtilegan minjagrip til að fagna jólum og heilbrigðri hreyfingu.

6. Leikur um að para saman jógastöður. Búið til glósukort með hverri jógastöðu úr bókinni og skrifið nafn hverrar stöðu á sérstök kort. Látið börnin para saman hverja stöðu við nafnið eða búa til hátíðarsenu fyrir hverja stöðu, eins og „Teygið ykkur eins og jólasveinninn og réttir eftir gjöf!“ Þessi leikur getur styrkt minni og hreyfingar og hjálpað börnum að muna stöðurnar.

7. Hannaðu jógadýnu fyrir jólasveininn

Kids can design Santa's very own yoga mat with their favorite holiday themes. Have them draw or paint their dream mat, adding Christmas trees, snowflakes, and even reindeer! Display the mats or use them as a cozy place to practice their yoga poses.

8. **Yoga Storytime Adventure**

Turn reading time into a yoga session by doing each pose along with Santa as you read. Pause at each pose, encouraging children to follow Santa and practice the moves themselves. This interactive reading style will get kids moving while bringing the story to life.

9. **Family Holiday Yoga Session**

Gather family members for a holiday yoga session where everyone can join in the fun! Follow the book's story and poses, taking turns reading each page and trying out the yoga moves together. This is a wonderful way to make holiday memories and get everyone involved in staying healthy and active.

Enjoy the magic of the holiday season and remember to keep calm and flexible, just like Santa! Happy holidays and happy stretching!

Krakkar geta hannað sína eigin jógadýnu fyrir jólasveininn með uppáhalds jólaþemum sínum. Látið þau teikna eða mála draumadýnuna sína, bæta við jólatré, snjókornum og jafnvel hreindýrum! Sýnið dýnurnar eða notið þær sem notalegan stað til að æfa jógastöður sínar.

8. Ævintýri í jógasögustund Breyttu lestrartímanum í jóga með því að gera hverja stellingu ásamt jólasveininum á meðan þú lest. Gerðu hlé við hverja stellingu og hvettu börnin til að fylgja jólasveininum og æfa hreyfingarnar sjálf. Þessi gagnvirka lestrarstíll mun fá börnin til að hreyfa sig og vekja söguna til lífsins.

9. Fjölskyldujógastund á hátíðum Safnið fjölskyldumeðlimum saman í jógastund á hátíðum þar sem allir geta tekið þátt í skemmtuninni! Fylgið sögunni og stellingunum í bókinni, skiptist á að lesa hverja síðu og prófa jógaæfingarnar saman. Þetta er frábær leið til að skapa hátíðarminningar og fá alla til að taka þátt í að vera heilbrigðir og virkir.
Njóttu töfra hátíðanna og mundu að vera rólegur og sveigjanlegur, rétt eins og jólasveinninn! Gleðilega hátíð og góðar teygjuæfingar!

Books By Schaaf

www.BookBySchaaf.com

Bilingual kids books

Paperback, eBooks and Audio

10 minute behind the scenes Podcast on Spotify

Activity guides exclusively in eBooks

Songs exclusively on Audio version

Some books have companion coloring books

www.ingramcontent.com/pod-product-compliance
Lightning Source LLC
LaVergne TN
LVHW082049051026
849532LV00011B/3544
* 9 7 9 8 8 6 9 2 5 1 3 0 5 *